Introduction

The goal of this book is to help practice the writing of letters and words in Tamil.

The first section of this book provides sheets to practice writing individual letters of the alphabet. The next section is devoted to the practice of conjugations of vowels and consonants. The third section is to practice writing common words in Tamil. The final section is for practicing simple short sentences in Tamil.

In order to practice writing, dashed outlines of the letters, words or sentences are provided along with guidelines to help trace the letters. The outline of each letter is just wide enough for an average crayon or pencil to trace through it. Once the outline is traced through, one gets the complete letter.

The first line of each page has a large number of outlined letter or word. The number of outlined letters/words decreases gradually leaving more room to write it out in free form.

Each page has an instance of the letter, word or sentence that is completely worked out and can be used as reference during the writing exercises.

Repetitive writing of letters and words in the manner provided is a way to get sufficient practice to write a script. Hope this book is useful in your child's endeavors to learn Tamil.

Acknowledgements:
Thanks to my Tamil friends Lakshmi Kishore and Senthil Nathan for reviewing this book.

Chanda Books
Email: chandabooks@optonline.net
Web: http://www.chandabooks.com

Table of Contents
பொருளடவனை

Alphabet Chart
அகரவரிசை

அ ஆ இ ஈ உ ஊ
எ ஏ ஐ ஒ ஓ ஔ
ஃ

க ங ச ஞ ட ண
த ந ப ம ய ர
ல வ ழ ள ற ன

ஜ ஷ ஸ ஹ க்ஷ

Letters/எழுத்து

Use this section to practice making Tamil letters.

Each page on this section consists of seven rows, with the top row containing six or seven instances of the outline of a letter, and each subsequent row containing one less instance.

Use your crayon, pencil or pen to trace through the outline of the letter to practice writing it. When you are done with the outlined letter, on the space that is remaining on the right of the row, practice making the letter without the outline. You can use the grid-lines to help in making the letter. Use the top left-most letter as the reference as you complete the exercises.

அ அ அ அ அ அ

அ அ அ அ அ அ

அ அ அ அ அ

அ அ அ அ

அ அ அ

அ அ

அ

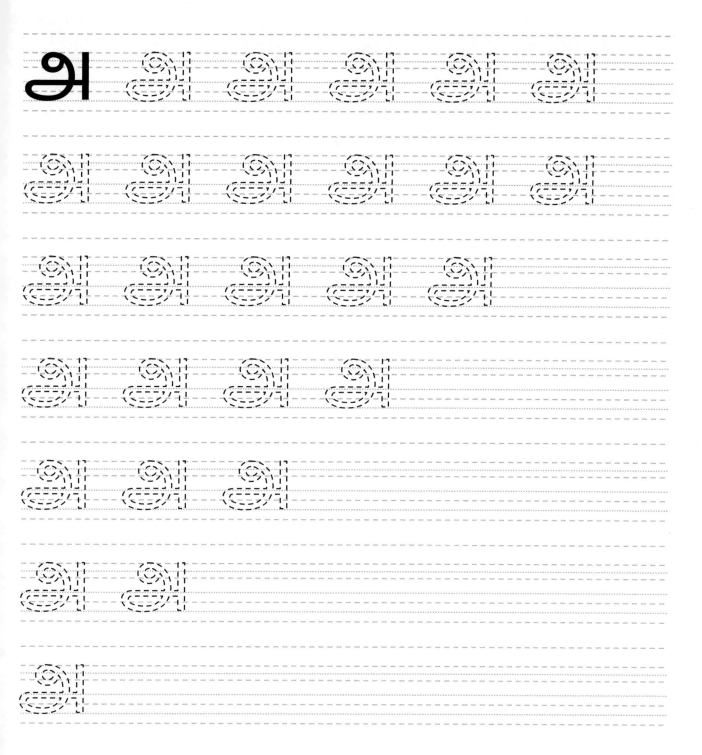

ஆ

இ இ இ இ இ இ இ

இ இ இ இ இ இ

இ இ இ இ இ

இ இ இ இ

இ இ இ

இ இ

இ

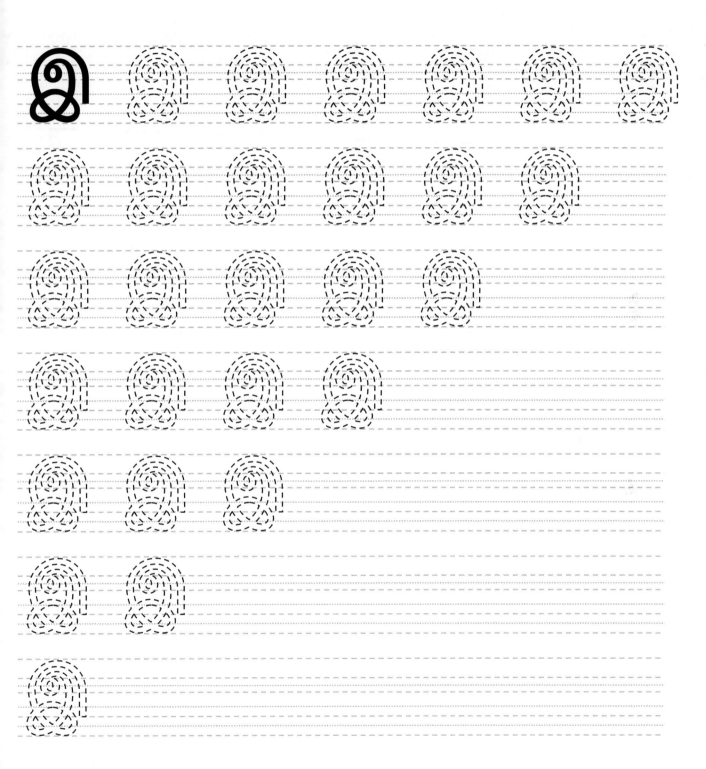

ഉ

ஊ

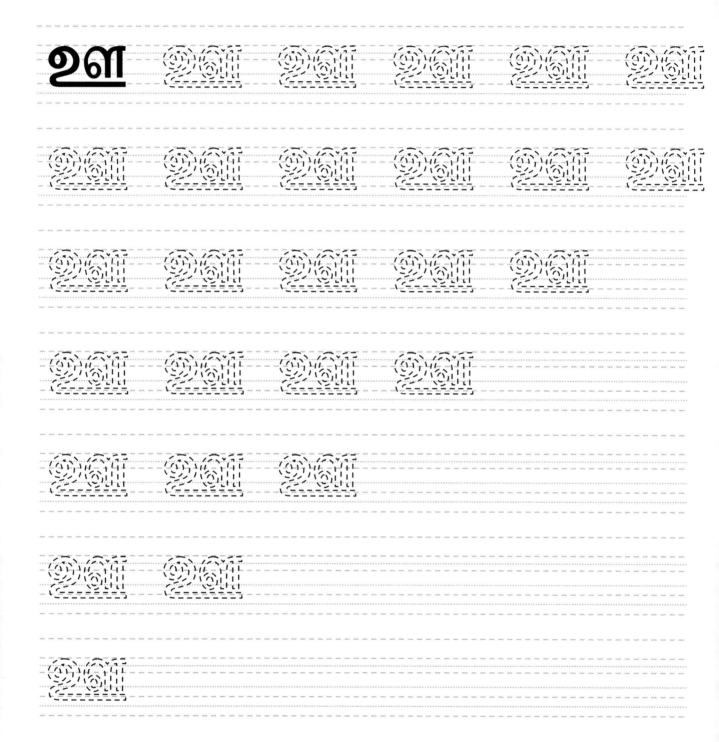

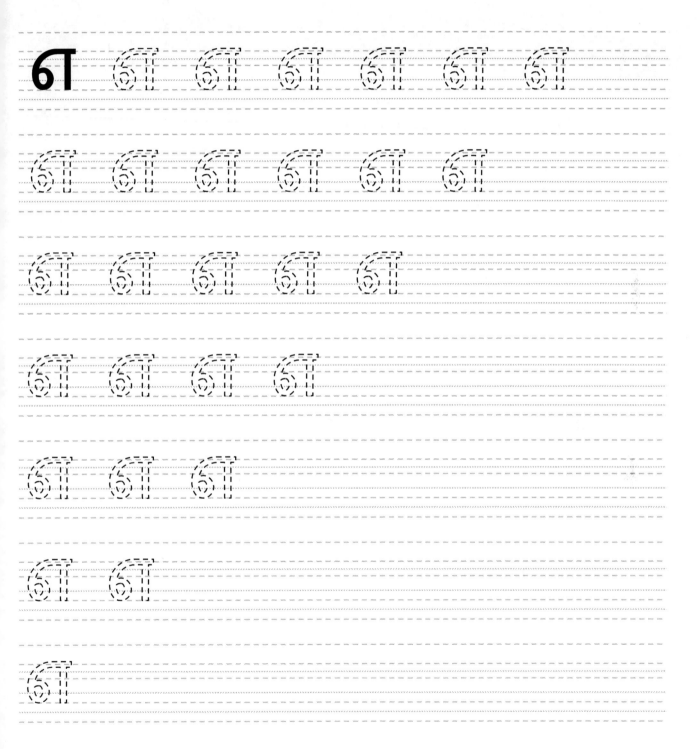

ஏ

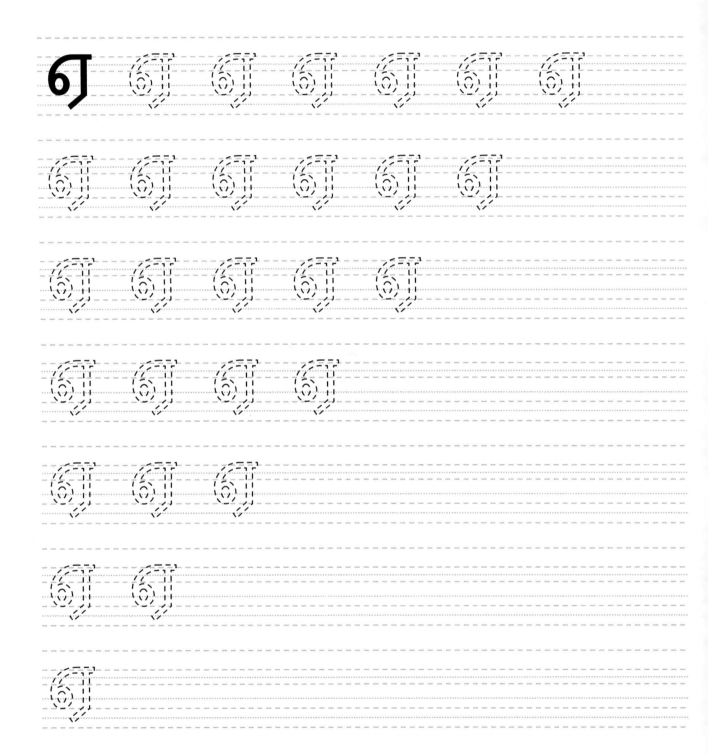

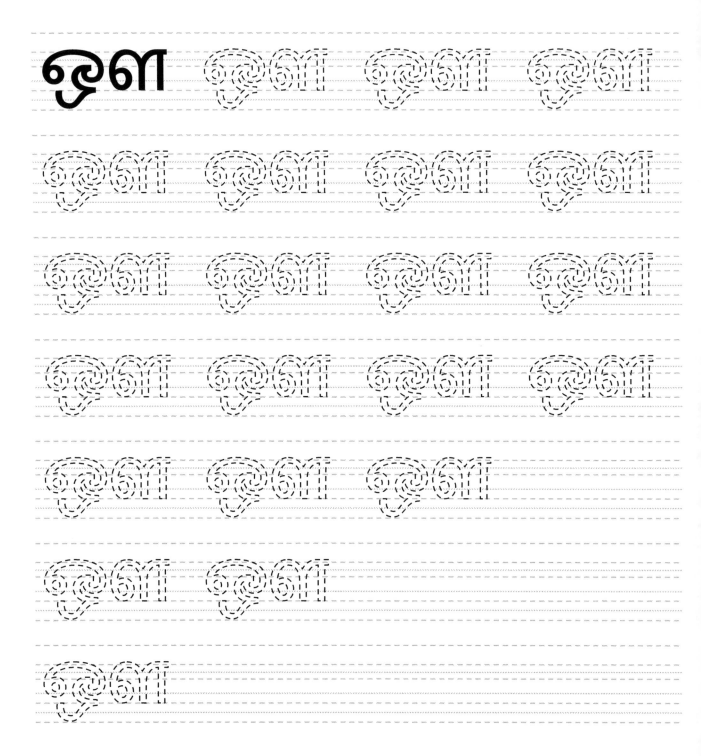

ଔ

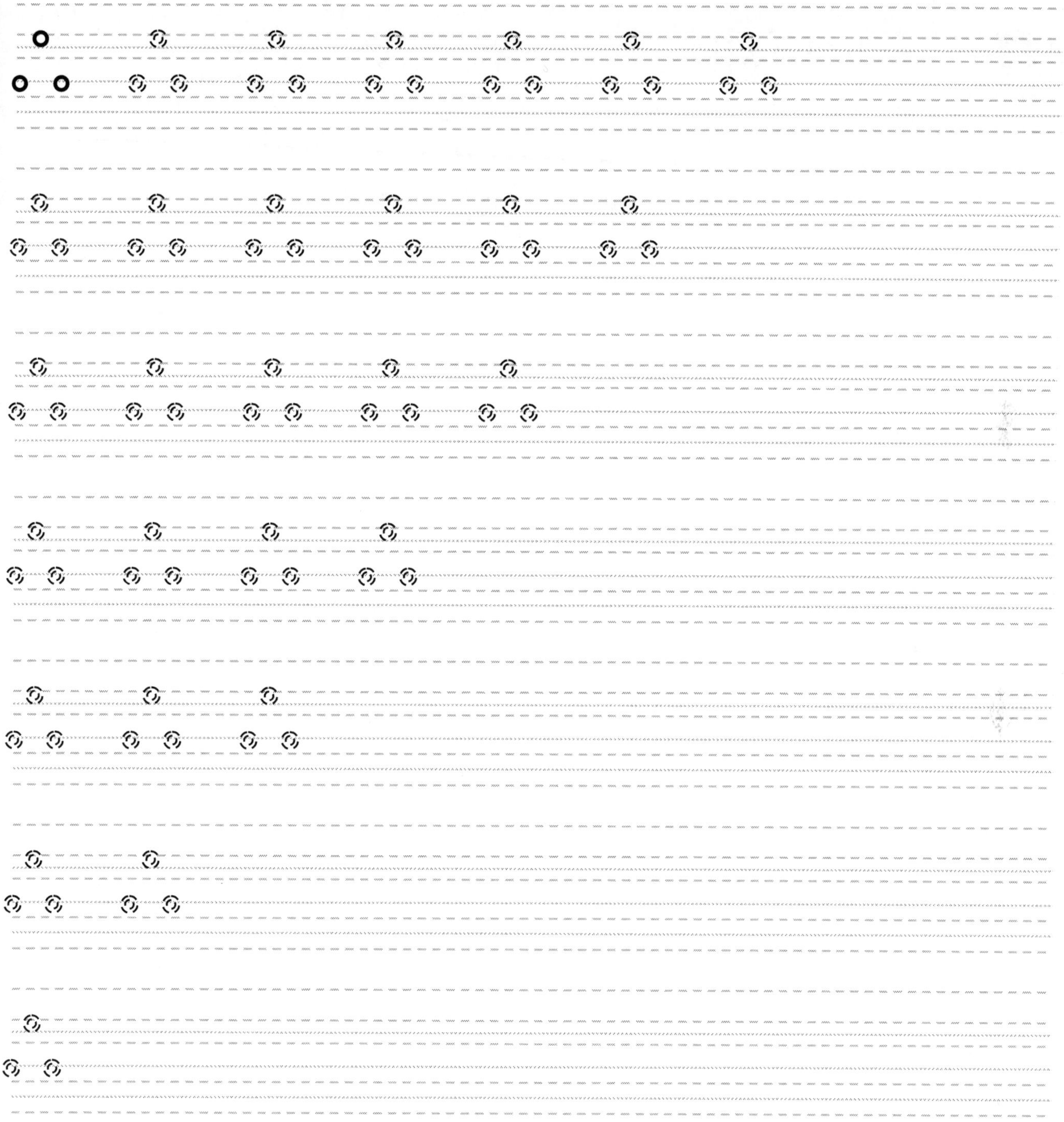

க

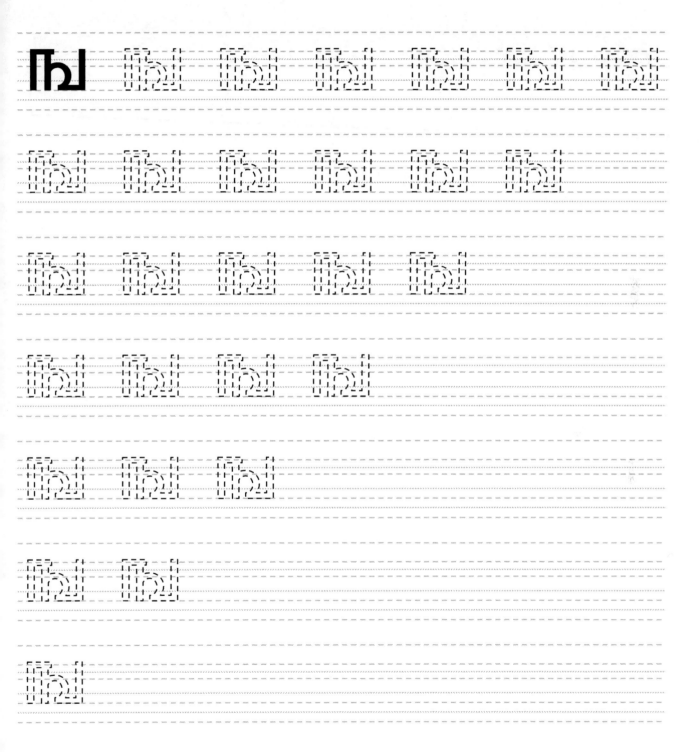

23

24

ௌ

L L L L L L L

L L L L L L

L L L L L

L L L L

L L L

L L

L

ண ண ண ண ண

ண ண ண ண ண

ண ண ண ண ண

ண ண ண ண

ண ண ண

ண ண

ண

Њ Њ Њ Њ Њ Њ

Њ Њ Њ Њ Њ Њ

Њ Њ Њ Њ Њ

Њ Њ Њ Њ

Њ Њ Њ

Њ Њ

Њ

u u u u u u u

u u u u u u

u u u u u

u u u u

u u u

u u

u

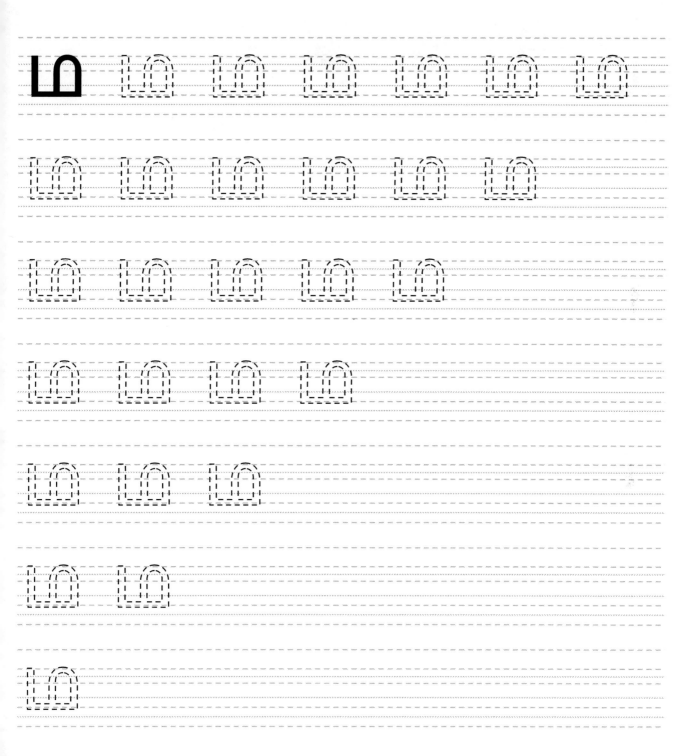

ம ம ம ம ம ம ம

ம ம ம ம ம ம

ம ம ம ம ம

ம ம ம ம

ம ம ம

ம ம

ம

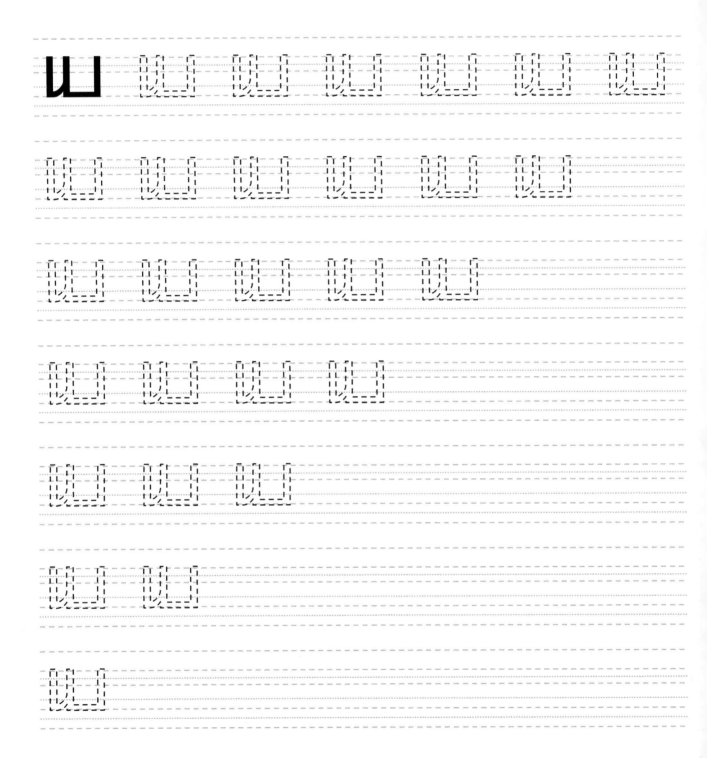

வ

ழ ழ ழ ழ ழ ழ ழ

ழ ழ ழ ழ ழ ழ

ழ ழ ழ ழ ழ

ழ ழ ழ ழ

ழ ழ ழ

ழ ழ

ழ

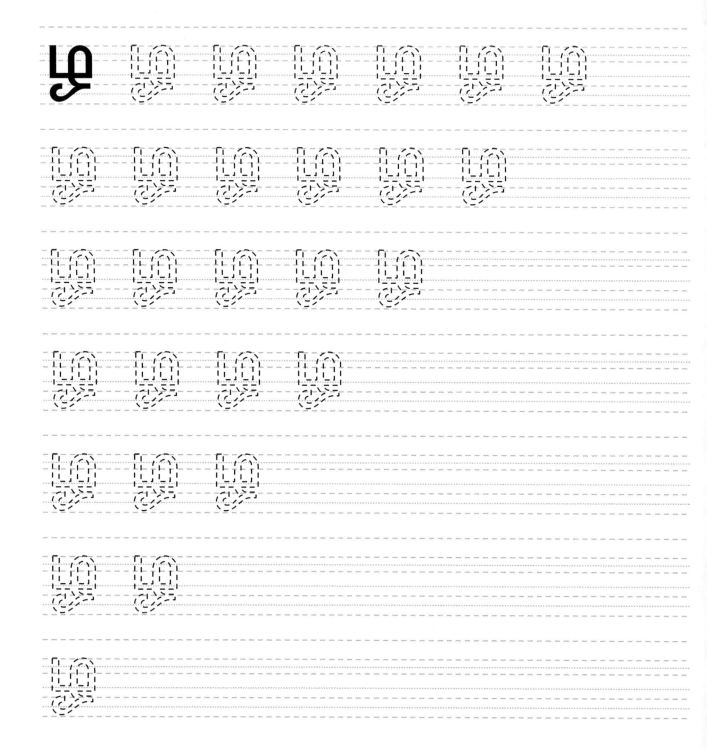

ள

ள ள ள ள ள ள

ள ள ள ள ள ள

ள ள ள ள ள

ள ள ள ள

ள ள ள

ள ள

ள

ଶ

ଶ ଶ ଶ ଶ ଶ

ଶ ଶ ଶ ଶ ଶ ଶ

ଶ ଶ ଶ ଶ ଶ

ଶ ଶ ଶ ଶ

ଶ ଶ ଶ

ଶ ଶ

ଶ

ຫ

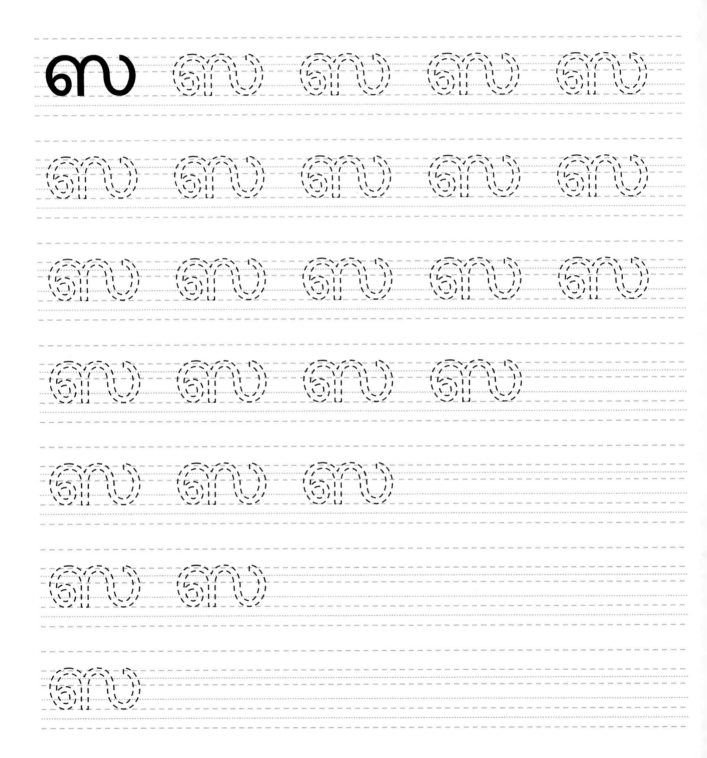

சடி

சடி   சடி   சடி

சடி   சடி   சடி   சடி

சடி   சடி   சடி   சடி

சடி   சடி   சடி   சடி

சடி   சடி   சடி

சடி   சடி

சடி

Combinations
உயிர்மெய்யெழுத்து

Use this section to practice making the syllables of Tamil when consonants and vowels are combined.

Each page on this section consists of seven rows, with the top row containing several instances of the outline of a combined letter, and each subsequent row generally containing one less instance, but with the same vowel combined with a different consonant.

Use your crayon, pencil or pen to trace through the outline of the combined letter to practice writing it . When you are done with the outlined letter, on the space that is remaining on the right of the row, practice making the letter without the outline. You can use the grid-lines to help in making the letters.

Each row has a letter clearly marked out in black which can be used as a reference when completing that row.

கா கா கா கா கா

ளா ளா ளா ளா ளா

மா மா மா மா மா

டா டா டா டா

சா சா சா

ரா ரா

றா றா

ரி நி நி நி நி நி நி நி

தி தி தி தி தி தி தி

வி வி வி வி வி வி

டி டி டி டி

ணி ணி ணி

கி கி

நி நி

டீ டீ டீ டீ டீ டீ டீ

தீ தீ தீ தீ தீ தீ

மீ மீ மீ மீ மீ

டீ டீ டீ டீ

லீ லீ லீ

பீ பீ

ணீ ணீ

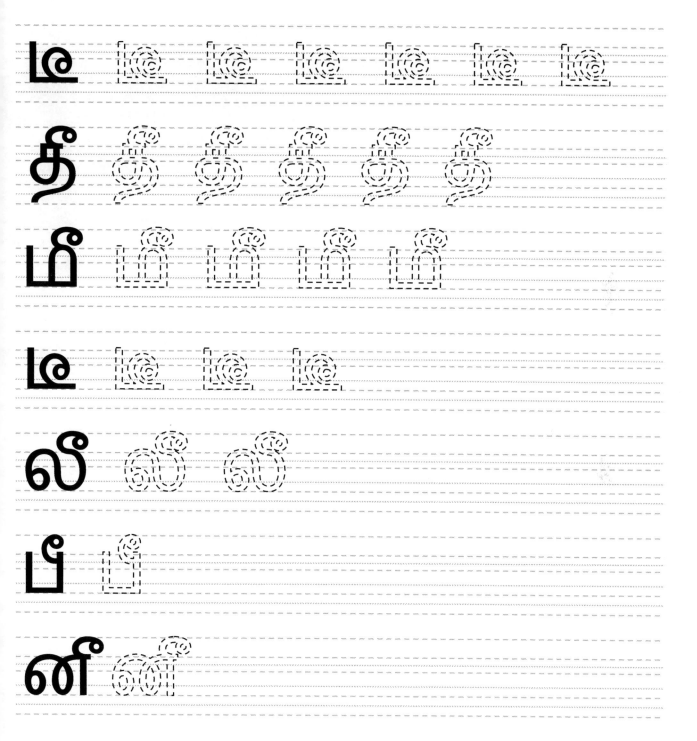

சு ளா ளா ளா ளா ளா ளா

ரு ௫ ௫ ௫ ௫ ௫

பு பு பு பு பு

மூ மூ மூ மூ

ரு ரு ரு

று று

கு கு

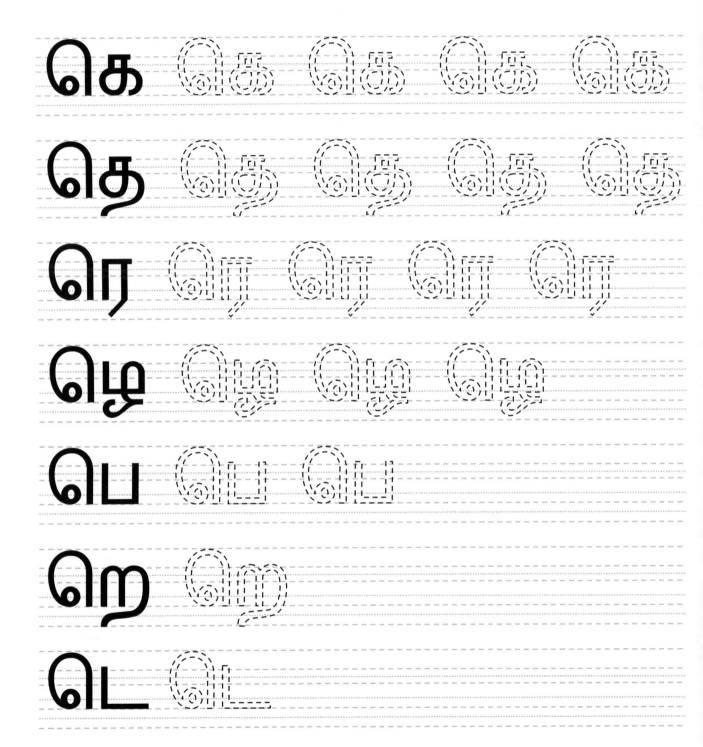

கெ கெ கெ கெ கெ

தெ தெ தெ தெ தெ

ரெ ரெ ரெ ரெ ரெ

ழெ ழெ ழெ ழெ

பெ பெ பெ

ஞெ ஞெ

டெ டெ

டே டே டே டே டே

கே கே கே கே கே

பே பே பே பே பே

றே றே றே றே

யே யே யே

ணே ணே

ழே ழே

டை டை டை டை

சை சை சை சை

பை பை பை பை

றை றை றை றை

கை கை கை

ஷை ஷை

லை லை

பொ பொ பொ பொ

தொ தொ தொ தொ

ரொ ரொ ரொ ரொ

கொ கொ கொ கொ

மொ மொ மொ

ளொ ளொ

நொ நொ

கோ கோ கோ கோ

ழோ ழோ ழோ ழோ

போ போ போ போ

வோ வோ வோ

ஞோ ஞோ ஞோ

ரோ ரோ

ணோ ணோ

றௌ   றௌ றௌ

ஙௌ   ஙௌ ஙௌ

டௌ   டௌ டௌ

ரௌ   ரௌ ரௌ

கௌ   கௌ கௌ

மௌ   மௌ

ணௌ   ணௌ

Words/சொல்

Use this section to practice some common Tamil words

Each page on this section has a picture followed by seven rows of guidelines. The word representing the picture is outlined on each of the rows, multiple instances in the first row, going down by one instance per row till only one instance remains in the last few rows.

Use your crayon, pencil or pen to trace through the outline of the word. When you are done with the outlined word on a row, practice making the letter without the outline on the space left on the row. You can use the grid-lines to help in making the word properly.

The first instance of the word on the first row can be used as a reference when doing the exercises.

Tamizh

தமிழ் தமிழ் தமிழ்

தமிழ் தமிழ் தமிழ்

தமிழ் தமிழ்

தமிழ்

தமிழ்

தமிழ்

தமிழ்

பசு பசு பசு பசு பசு

பசு பசு பசு

பசு பசு

பசு

பசு

பசு

பசு

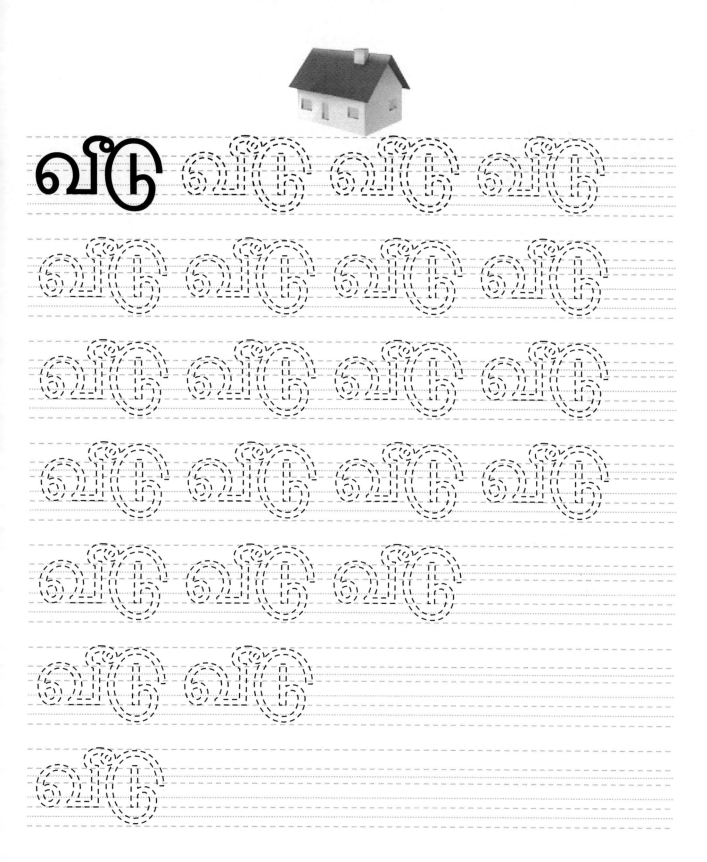

வீடு வீடு வீடு வீடு

வீடு வீடு வீடு வீடு

வீடு வீடு வீடு வீடு

வீடு வீடு வீடு வீடு

வீடு வீடு வீடு

வீடு வீடு

வீடு

இறகு இறகு இறகு

இறகு இறகு இறகு

இறகு இறகு இறகு

இறகு இறகு

இறகு இறகு

இறகு

இறகு

பேனா பேனா பேனா

பேனா பேனா பேனா

பேனா பேனா

பேனா

பேனா

பேனா

பேனா

தாள் தாள் தாள்

தாள் தாள்

தாள்

தாள்

தாள்

தாள்

தாள்

குடை

குடை குடை

குடை குடை குடை

குடை குடை

குடை

குடை

குடை

குடை

பேரி பேரி பேரி

பேரி பேரி பேரி

பேரி பேரி

பேரி

பேரி

பேரி

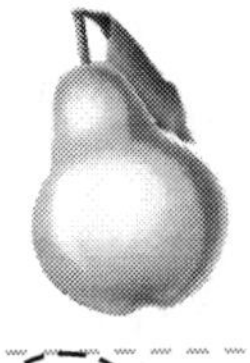

பேரி

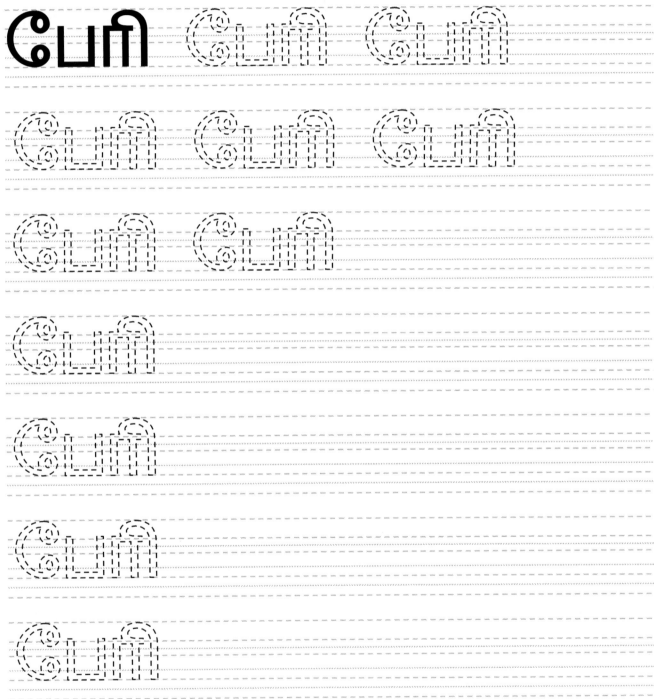

வாழை வாழை

வாழை வாழை

வாழை வாழை

வாழை

வாழை

வாழை

வாழை

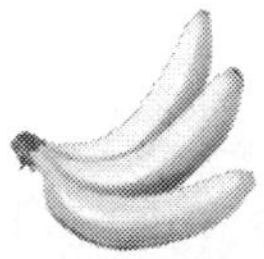

படகு படகு படகு

படகு படகு படகு

படகு படகு

படகு

படகு

படகு

படகு

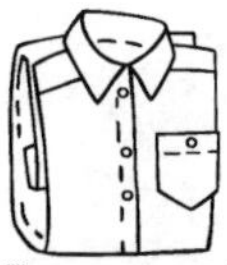

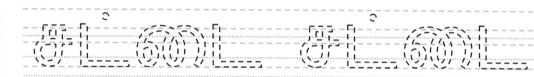

சட்டை சட்டை

சட்டை சட்டை

சட்டை சட்டை

சட்டை

சட்டை

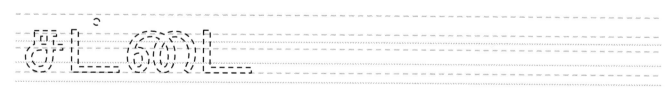

சட்டை

சட்டை

யானை யானை

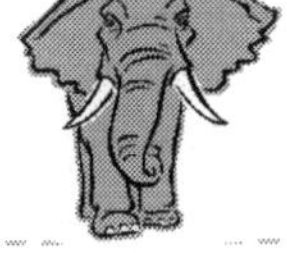

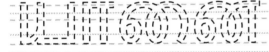

யானை யானை

யானை யானை

யானை

யானை

யானை

யானை

பந்து பந்து பந்து

பந்து பந்து பந்து

பந்து பந்து பந்து

பந்து பந்து

பந்து

பந்து

பந்து

கிளி கிளி கிளி கிளி

கிளி கிளி கிளி கிளி

கிளி கிளி கிளி

கிளி கிளி

கிளி

கிளி

கிளி

நிலவு

நிலவு நிலவு

நிலவு நிலவு நிலவு

நிலவு நிலவு

நிலவு

நிலவு

நிலவு

நிலவு

வைரம் வைரம்

வைரம் வைரம்

வைரம் வைரம்

வைரம்

வைரம்

வைரம்

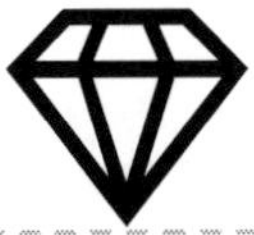

வைரம்

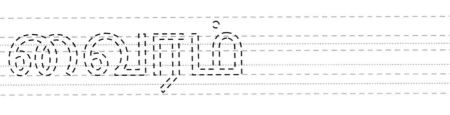

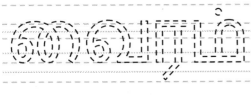

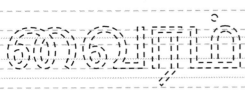

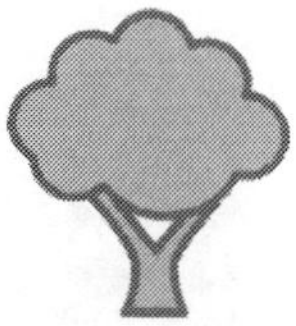

மரம் மரம் மரம்

மரம் மரம் மரம்

மரம் மரம் மரம்

மரம் மரம்

மரம்

மரம்

மரம்

பால்

பால் பால்

பால் பால் பால்

பால் பால்

பால்

பால்

பால்

பால்

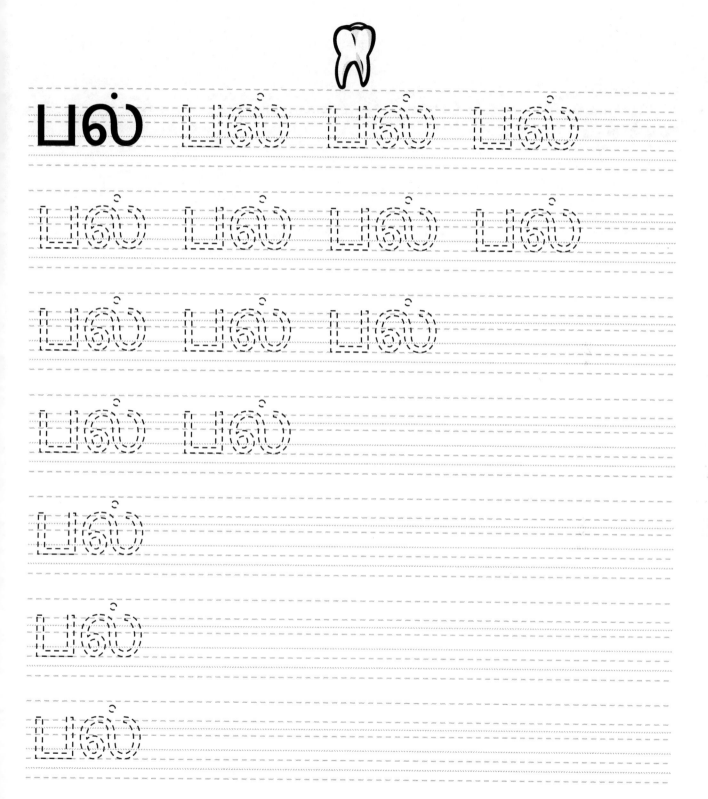

பல் பல் பல் பல்

பல் பல் பல் பல்

பல் பல் பல்

பல் பல்

பல்

பல்

பல்

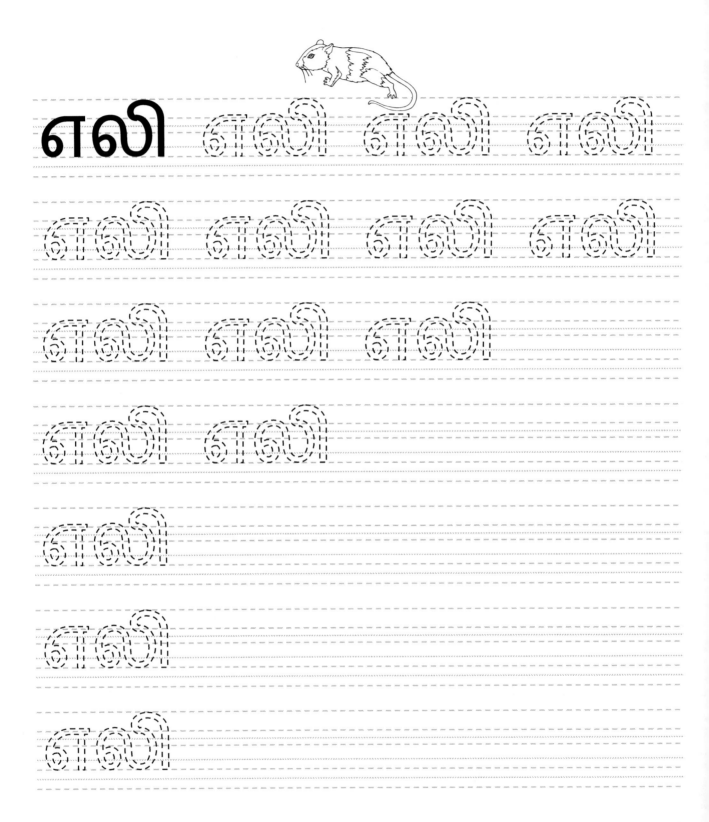

எலி எலி எலி எலி

எலி எலி எலி எலி

எலி எலி எலி

எலி எலி

எலி

எலி

எலி

கை

கை கை கை

கை கை கை கை

கை கை கை

கை கை

கை

கை

கை

ყ

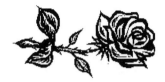

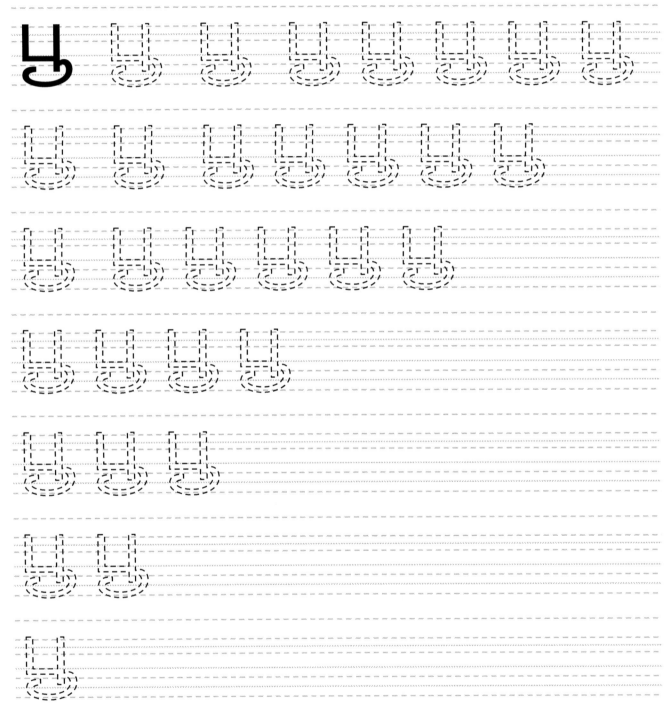

பூட்டு பூட்டு பூட்டு

பூட்டு பூட்டு பூட்டு

பூட்டு பூட்டு பூட்டு

பூட்டு பூட்டு

பூட்டு

பூட்டு

பூட்டு

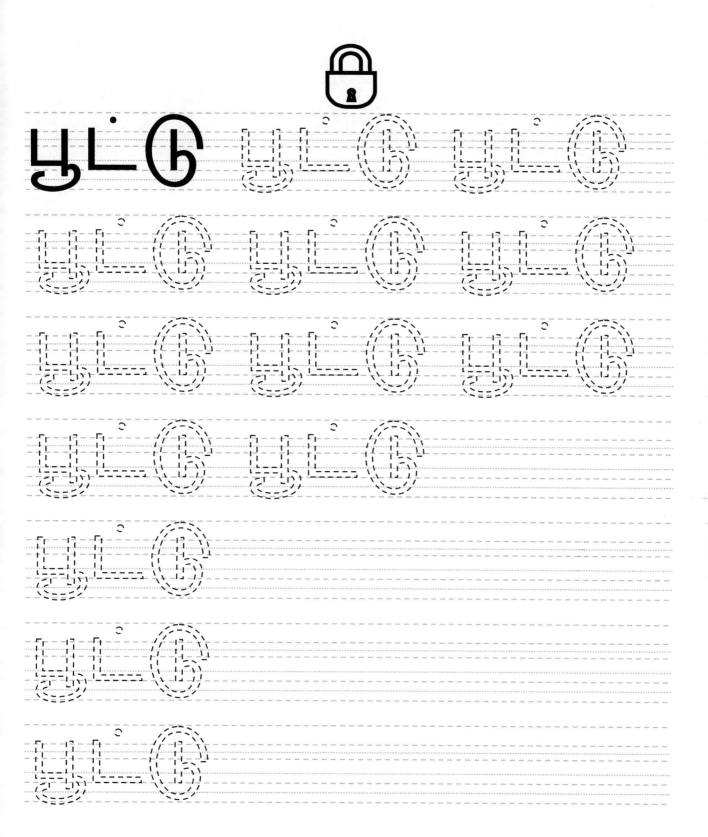

சாவி

சாவி சாவி

சாவி சாவி சாவி

சாவி சாவி சாவி

சாவி சாவி

சாவி சாவி

சாவி சாவி

சாவி

மேகம் மேகம்

மேகம் மேகம்

மேகம் மேகம்

மேகம் மேகம்

மேகம் மேகம்

மேகம் மேகம்

மேகம்

முட்டை முட்டை

முட்டை முட்டை

முட்டை முட்டை

முட்டை முட்டை

முட்டை முட்டை

முட்டை

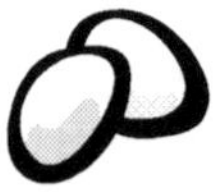

முட்டை

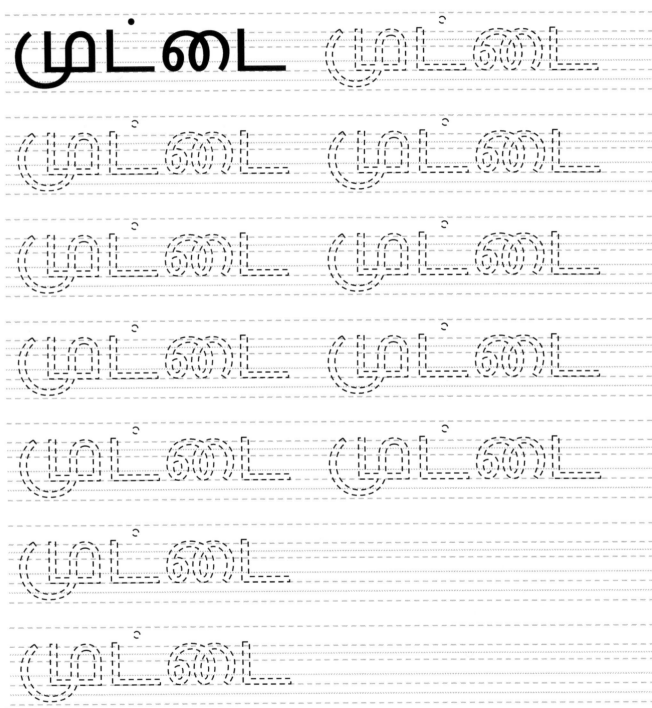

புட்டி புட்டி புட்டி

புட்டி புட்டி புட்டி

புட்டி புட்டி புட்டி

புட்டி புட்டி புட்டி

புட்டி புட்டி

புட்டி

புட்டி

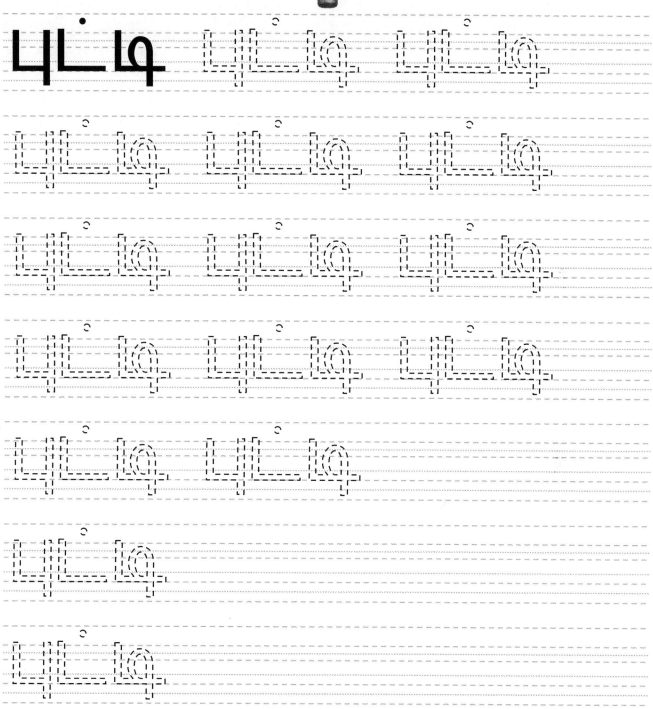

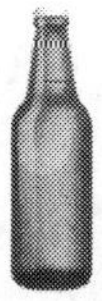

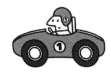

கார் கார் கார் கார்

கார் கார் கார் கார்

கார் கார் கார்

கார் கார் கார்

கார் கார்

கார்

கார்

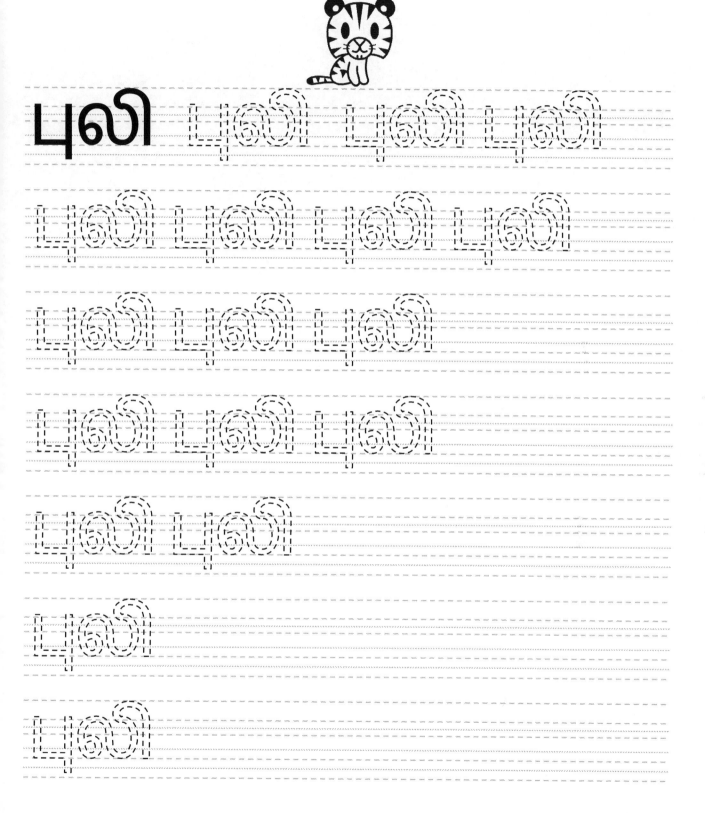

புலி புலி புலி புலி

புலி புலி புலி புலி

புலி புலி புலி

புலி புலி புலி

புலி புலி

புலி

புலி

கரடி கரடி கரடி கரடி

கரடி கரடி கரடி கரடி

கரடி கரடி கரடி

கரடி கரடி கரடி

கரடி கரடி

கரடி

கரடி

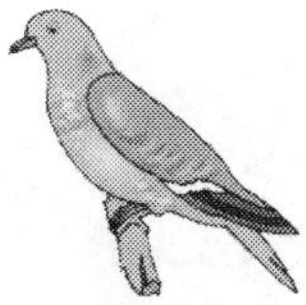

புறா

புறா புறா புறா

புறா புறா புறா புறா

புறா புறா புறா

புறா புறா புறா

புறா புறா

புறா

புறா

மீன்

மீன் மீன் மீன்

மீன் மீன் மீன் மீன்

மீன் மீன் மீன்

மீன் மீன் மீன்

மீன் மீன்

மீன்

மீன்

தேனீ தேனீ தேனீ

தேனீ தேனீ தேனீ

தேனீ தேனீ தேனீ

தேனீ தேனீ

தேனீ தேனீ

தேனீ

தேனீ

தேன்

தேன் தேன்

தேன் தேன் தேன்

தேன் தேன் தேன்

தேன் தேன்

தேன் தேன்

தேன்

தேன்

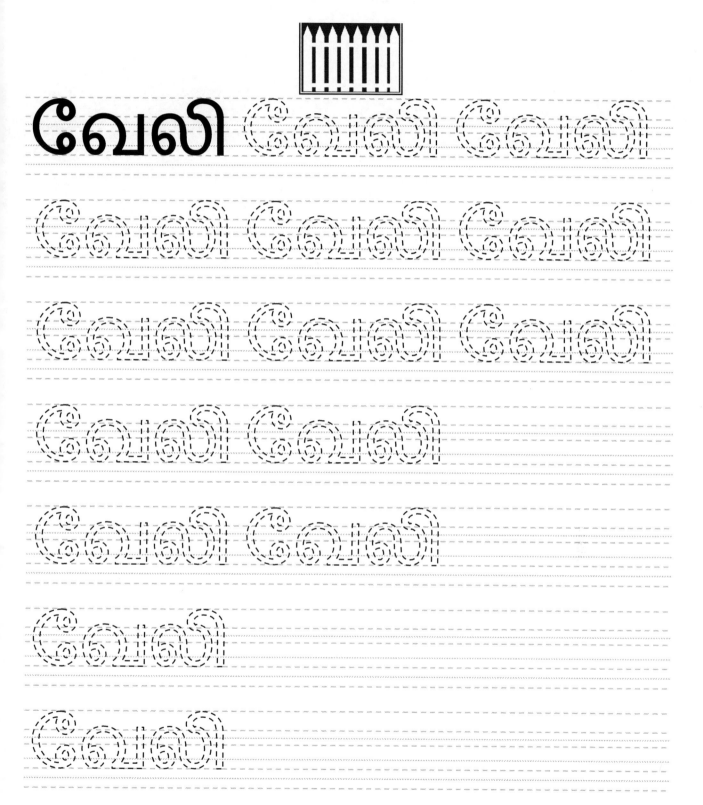

வேலி

வேலி வேலி
வேலி வேலி வேலி
வேலி வேலி வேலி
வேலி வேலி
வேலி வேலி
வேலி
வேலி

Sentence/வாக்கியம்

Use this section to practice some common Tamil sentences and phrases

Each page on this section has seven rows of guidelines. The first row shows a simple sentence in Tamil. The second row shows the same sentence with outlines of the letters. In each subsequent row, the number of words is decreased until the last rows has no outlined words at all.

The first few phrases are single words – like thank you and welcome. The length of sentences increases gradually in this section. When the sentence is too long to fit into one row, it is shown in two rows. In these cases, the last row is left empty.

Use your crayon, pencil or pen to trace through the outline of the words and make the complete sentences. You can use the grid-lines to help in making the word properly.

The first row has the sentence completely written and can be used as a reference.

வணக்கம்

வணக்கம்

வணக்கம்

வணக்கம்

வணக்கம்

வணக்கம்

நன்றி

நன்றி

நன்றி

நன்றி

நன்றி

நன்றி

எப்படி இருக்கீங்க?

எப்படி இருக்கீங்க?

எப்படி இருக்கீங்க?

எப்படி

எப்படி

உங்க பெயரு என்ன

உங்க பெயரு என்ன

உங்க பெயரு

உங்க பெயரு

உங்க

என் பெயர் சுமா

என் பெயர் சுமா

என் பெயர்

என் பெயர்

என்

என்

உங்களை பார்த்தது
ரொம்ப சந்தோஷம்

உங்களை பார்த்தது

ரொம்ப சந்தோஷம்

உங்களை

ரொம்ப

தயவு செய்து

தயவு செய்து

தயவு செய்து

தயவு

தயவு

தயவு

Chanda Books Publications

Level 1 Hindi:

- Aamoo the Aam
- Aamoo the Aam – Part II
- Aamoo the Aam – Part III
- Hindi Children's Book Level 1 Easy Reader

Level 2 Hindi:

- Tara Sitara
- Tara ke Kisse
- Hindi Children's Book Level 2 Easy Reader

Level 3 Hindi:

- Sonu ke kisse
- Sonu ke Afsane
- Sonu ke Tyohar
- Hindi Children's Book Level 3 Easy Reader
- Hindi Nursery Rhymes

Alphabet Books:

- Bengali Alphabet Book
- Gujarati Alphabet Book
- Hindi Alphabet Book
- Marathi Alphabet Book
- Punjabi Alphabet Book
- Tamil Alphabet Book

Hindi Activity Books:

- Learn Hindi Alphabet Activity Workbook
- Learn Hindi Writing Activity Workbook
- Learn Hindi Matras Activity Workbook
- Learn Hindi Vocabulary Activity Workbook
- Learn Hindi Grammar Activity Workbook
- Hindi Activity Workbook

Bengali Activity Books:

- Learn Bengali Alphabet Activity Workbook
- Learn Bengali Writing Activity Workbook
- Learn Bengali Vocabulary Activity Workbook

Punjabi Activity Books:

- Learn Punjabi Alphabet Activity Workbook
- Learn Punjabi Writing Activity Workbook
- Learn Punjabi Vocabulary Activity Workbook

Indian Culture Activity Books:

- Hinduism for Children Activity Workbook
- Indian Festivals Activity Workbook

Other Subjects:

- Bhajan Ganga
- Indian Culture Stories: Sanskar
- South Asian Immigration Stories

Tamil Activity Books:

- Learn Tamil Alphabet Activity Workbook
- Learn Tamil Writing Activity Workbook
- Learn Tamil Vocabulary Activity Workbook

31639027R00062

Made in the USA
Middletown, DE
07 May 2016